பூனை எழுதிய அறை

கல்யாண்ஜி

சந்தியா பதிப்பகம்
சென்னை - 83.

பூனை எழுதிய அறை
© கல்யாண்ஜி

முதற்பதிப்பு: 2013 • இரண்டாம் பதிப்பு: 2021
அளவு : டெமி • தாள் : 60 gsm • பக்கம் : 64
அச்சு அளவு : 11 புள்ளி • விலை : ரூ. 90/-
அச்சாக்கம் : அருணா எண்டர்பிரைஸஸ்,
சென்னை-40
சந்தியா பதிப்பகம்
புதிய எண் 77, 53வது தெரு, 9வது அவென்யூ,
அசோக் நகர், சென்னை - 600 083.
தொலைபேசி: 044 : 24896979

ISBN : 978-93-81343-48-7

Poonai Ezhuthiya Arai

© Kalyanji

Printed at Aruna Enterprises.,
Chennai-40.

Published by
Sandhya Publications
New No. 77, 53rd Street, 9th Avenue, Ashok Nagar,
Chennai - 600 083. Tamilnadu.
Ph : 044 - 24896979

Price Rs. 90/-

sandhyapathippagam@gmail.com
sandhyapublications@yahoo.com

www.sandhyapublications.com
SAN - 563

முன்னுரை

இந்த வரிகளை நான் ஐந்து மாதங்களுக்கு முன்பே எழுதியிருக்க வேண்டும். ஏன் எனில், இந்தத் தொகுப்பு அப்போதே வந்திருக்க வேண்டும் என ஒரு பச்சைப்பிள்ளையைப் போல நான் ஆசைப்பட்டேன். ஆசைப்பட்டது மார்ச் மாதத்தில். ஜனவரி 2013 புத்தகச் சந்தைக்குத்தான் என்னுடைய 'மீனைப் போல இருக்கிற மீன்' கவிதைத்தொகுப்பு வந்திருந்தது. ஐம்பதில் இருந்து நூறு பிரதிகள் கூட விற்பனை ஆகியிருக்காத நிலை. இப்போதும் கூட அதில் பெரிய மாறுதல் ஏற்பட்டிருக்க முடியாது. இப்படியாக, என் கவிதைத் தொகுப்புகள் மூலமாக நீண்டகாலச் சூடு பட்டிருக்கிற என்னுடைய பதிப்பகத்தார் கையை மீண்டும் நெருப்புக்கு அழைக்க எனக்கு மனமில்லை. எனவே நான் அவர்களை அணுகவில்லை. ஆனால் எனக்கு இப்படி ஒரு ஆசை இருப்பதையும், அப்படி ஆசைப்படுவதற்கு உரிய நியாயத்துடன் இந்த 56 கவிதைகளும் இருப்பதாகவும் சாம்ராஜ்தான் சந்தியா பதிப்பகத்தினரிடம் சொல்லியிருக்க வேண்டும்.

எனக்குத் தேதிகள் ஞாபகமில்லை. ஜனவரி மாத இறுதி வாரங்களாக இருக்கலாம். சற்று ஓய்வில் இருந்த கலாப்ரியா, ஒரு புதிய பாய்ச்சலுடன், பழைய அவனுடைய ஆதி வீச்சோடு முகப்புத்தகத்தில் பதிவிடத் துவங்கி இருந்தான். அப்போது தான் கூர் தீட்டப்பட்ட பென்சில் போல், அப்போதுதான் நிரப்பப்பட்ட மதுக்குவளை போல், அப்போதுதான் ஆராதனை வந்து ஆட ஆரம்பித்த சாமி கொண்டாடி போல், இடைக் காலத்தில் உறைந்திருந்த அத்தனை பனியும் உருகி, உருகியது அனைத்தும் தீயாகிப் பாய, எழுதிக்கொண்டு இருந்தான். அவனுக்குத்தான் அப்படிச் சொல்ல வரும். அவன்தான் அப்படி எழுதமுடியும். பசித்த புலி என அவன் வேட்டை

நிகழ்த்திக்கொண்டு இருப்பதைப் புதர் மறைவில் இருந்து பார்ப்பவனாக இருந்தேன்.

ஆதி மலையின், ஆதி வனத்தில், ஆரமிட்டு ஆரமிட்டு அணையாது எரியும் தீயை அடுத்தடுத்த நிசிகளில் பார்ப்பது போல இருந்தது. அப்படிப் பார்த்ததே என் உலர்ந்த சுள்ளிகள் பற்றிக்கொள்ளப் போதுமானதாயிற்று.

கல்யாண வீட்டில், அந்தக் காலத்தில் இடப்படும் துருப்பிடித்த இரும்பு மடக்கு நாற்காலியில் கிடக்கும் ஒரு வாடல் பூ, அல்லது வெந்து வெக்கையில் சுருண்ட ஒரு வெற்றிலை அந்த நாற்காலிக்கு, அதில் அமரும் சிங்கிகுளம் பெரியப்பாவுக்கு ஒரு கல்யாணவீட்டுக் களையைக் கொடுத்துவிடும். பொது மருத்துவமனைத் தாழ்வாரங்களில் நோயாளியைச் சார்ந்து நடமாடும் நம் எல்லோர் முகத்திலும் அந்த மொத்த மருத்துவ மனையின் நோயின் நோவும் எழுதிப் பங்கிடப்பட்டு இருக்கும்.

இதைவிட, இன்னொரு நேரடி உதாரணம். மதுரை எஸ்.எஸ். காலனி தேவன் மெடிக்கல்ஸ் கடையில் நான் நிற்கிறேன். பக்கத்தில் ஏதோ கேதம். கடைக்கு நேராக தெருவின் எதிர் முனையில் கேதவீட்டுக்குப் பறை வாசிக்க வந்தவர்கள் குத்தவைத்திருக்கிறார்கள். நடுவில் சுவரொட்டிகளை எரித்து வளர்க்கப்படும் தீ. ஒவ்வொருத்தராக தீயில் காட்டிக் காட்டி, அவரவர் பறையைக் காய்ச்சுகிறார்கள். அவரவர் தீ. அவரவர் பறை. அவரவர் விரல்களால் அவ்வப்போது சுண்டிச் சுண்டிப் பார்க்க, பறை அவரவர்க்கான பிரத்யேக மொழியுடன் அதிர் கிறது. தீயின் அதிர்வே பறையின் அதிர்வும்.

நான் பார்ப்பதை நீங்களும் பார்ப்பீர்கள். நீங்கள் பார்ப்பதை அவளும் பார்ப்பாள். அவள் பார்த்துக் கொண்டிருந்தாள். இந்தப் பக்கம் ஜவஹர் தெரு வரை, அந்தப் பக்கம் நவஜீவன் மேன்ஷன், உதயம் அச்சகம் வரைக்கும் ஒரு பைத்தியக்காரியாக அறியப்பட்ட அவளுடைய பார்வை முழுவதும் தீப் பிடித் திருக்கிறது. அவளும் பறை காய்ச்சுவதையே பார்த்தபடி இருந்தாள். அந்தக் கருகருத்த முன்னிரவில் அவளுடைய இறுகிய முகத்தில் தீ அலைந்து கொண்டிருந்தது. அந்தத் தீ அலையும் முகத்தை ஏற்கனவே ஒரு கவிதையில் எழுதியிருக்கிற ஞாபகம். எக் கவிதை என நினைவில்லை.

என்னுடைய பித்து முகத்திலும் கலாப்ரியாவின் முகப்புத்தகத் தீ அலைய ஆரம்பித்து இருந்தது. 'தேக்கும் பூக்கும்' என

ஏற்கனவே குறுஞ்செய்தியாக நான் யாருக்கோ அனுப்பியிருந்த இரு சொற்களுடன் நானும் என் கவிதையின் பறையைக் காய்ச்ச ஆரம்பித்தேன். விக்ரமாதித்யனிடம் கேட்டால், என் கவிதைகளைப் பற்றி எதுவும் சொல்லாவிட்டாலும், அப்படி நான் எழுத ஆரம்பித்த நேரத்தில் என் கோள் சாரம், கிரக சஞ்சாரம், இந்த வீடு, அந்த ஸ்தானம் எல்லாம் எவ்வளவு உச்சத்தில் அல்லது நீசத்தில் இருந்தது எனச் சொல்லி, அது அந்த ஆரம்ப நேரத்தின் மகிமையே தவிர என் கவிதைகளின் மகிமை அல்ல என நிறுவியிருக்கக் கூடும்.

எது எப்படியோ, ஒரு பதினேழு பதினெட்டு நாட்கள், உற்சாகமாக, ஒவ்வொரு நாளும் தொடர்ந்து முகப்புத்தகத்தில் பதிவுகள் இட்டேன். முந்திய தினம் எத்தனை எழுத முடி கிறதோ, அவை அத்தனையையும் அடுத்த நாளில் பதிவேற்றம். அதற்கு முன்பு, முந்திய நாளின் கவிதைகள் பற்றிய எளிய, உண்மையான், சாய்வற்ற பின்னூட்டங்கள் காத்திருக்கும். இந்த வகையான் காத்திருக்கும் சொற்களை, என் இத்தனை வருட கவிதைகளுக்கும் சிறுகதைகளுக்கும் எந்த இலக்கியப் பத்திரிக்கை வழியாகவும் நான் பெற்றதில்லை. மீண்டும் மீண்டும் ஜெயிப்பது போன்ற அந்த வினோதப் பகடையாட்டம் எனக்குப் பிடித்திருந்தது. இருட்டினுள் தள்ளாத, கண் கூசவும் வைக்காத அந்தப் பின்னூட்டங்களின் சிறிது வெளிச்சத்தில் என்னைப் புதுப்பித்தபடி இருந்தேன். இதுவரை இதற்கு முன்பு எழுதிய கவிதைகளை விட, இந்தக் கவிதைகள் புதிதாகக் கூட இருந்தன. இதுவரையற்ற சாயல்கள் சிலவும் வாய்த்தன.

மனுஷ்யபுத்திரனின் ‘உயிர்மை’ கவிதைகள் எனக்குப் பிடிக்கும். எனினும், ஒரே ஒரு பொழுதில், அடுத்தடுத்து தொடர்பற்ற வெவ்வேறு திசைகளில் அவை பாய்வதும், அன்று எழுதப் பட்ட முந்திய கவிதைக்கு முற்றிலும் மாறுபட்ட ஒரு புள்ளியில், மற்றொரு மையத்துடன் அடுத்த கவிதை இருப்பதும் சாத்திய மாவது எப்படி என்ற கேள்விகள் எனக்கு இருந்தன. எப்படி என்று இப்போதும் தெரியவில்லை. ஆனால் சாத்தியம் என்பதை, நானே ஒரே பொழுதில் எழுதிய வேறு வேறு கவிதை களின் மூலம் உணர்ந்துகொண்டேன். நிரூபணம் அல்ல, இந்த உணர்தல் எனக்கு முக்கியம் எனப் படுகிறது.

எப்படி இப்படித் தினசரி எழுதவேண்டும் என எனக்குத் தோன்றிற்றோ, அதே போல இப்படி எழுதியது போதும் என்றும்

தோன்றி, அதை அப்படியே தெரிவித்தும் முகப்புத்தகப் பதிவில் இருந்து விடைபெற்றுக் கொண்டேன். இலக்கிய உலக மேதகுவினர் எனில், 'நல்லதாகப் போயிற்று' என 'தொல்லை விட்டது' என ஒருவர் முகம் பார்த்து மற்றொருவர் சிரித்து விட்டு பக்கத்து மதுச்சாலைக்கு நகர்ந்திருப்பார்கள். ஆனால் முகப்புத்தகத்தினர் அப்படியில்லை. ஒரு நான்கைந்து நாட்களுக்கேனும், நான் பதிவிடுவதை நிறுத்தியதற்கு வருத்தமும், என்னை யாரும் காயப்படுத்தி விட்டார்களா எனக் கவலையும், மீண்டும் ஒரு போதுமான இடைவெளிக்கு அப்புறம் நான் முகப் புத்தகத்தில் எழுத வரவேண்டும் என்ற கோரிக்கையும் தெரிவித்தனர்.

முகப் புத்தகத்திற்கு வெளியே உண்டாகி இருக்கிற காயங் களையும் தழும்புகளையும் கணக்கெடுக்க ஆரம்பித்தால் யாராலேனும் அடுத்த ஒரு வரியை எழுத முடியுமா? நன்றாக இருக்கிறது, மோசமாக இருக்கிறது என இரண்டையுமே சொல்லாமல் அப்படியே புறக்கணித்துவிடுவது என்று ஒரு அருவமான ஆயுதப் பிரயோகம் இருக்கிறது. ஏறக்குறைய ஒரு வர்மக்கலை மாதிரி அது. வெளியில் காயம் தெரியாது. ஒரு சொட்டு ரத்தம் சிந்தாது. ஆனால் சத்தமே இல்லாமல் அடிவயிற்றில் பாய்ச்சி விடலாம். ஒரு உதட்டுப் பிதுக்கலில் ஒரு தொகுப்பை, பின்பக்கத்தில் ஒட்டின தூசியைத் தட்டுவது போல் தட்டிவிட்டுப் போய்க்கொண்டே இருப்பது இன்னொரு வகை களரிப் பயிற்சி. எதிரில் நிற்கும் குறுவாளும் கேடயமும் அற்ற அப்பாவி நிராயுதபாணிகளுக்கு ஏற்றது. இதிலிருந்து எல்லாம் தற்காத்து, தற்பேணி, தகைசார்ந்த சொற்காத்து எழுதிக்கொண்டே போகவேண்டும். அப்போது கூட, வேகமாக நடந்து போகிற நெடுஞ்சாலைப் பைத்தியத்தை தகரம் லொட லொடக்கும் தமிழ்நாடு அரசுப் போக்குவரத்துக் கழக பஸ் ஜன்னல் வழியாகப் பார்க்கிற நேரமாவது கவனத்தில் கொள் வார்களா என்றால், அதுவும் கிடையாது.

இந்த மாதிரி நொம்பலம் எதுவும் இல்லாமல், நிம்மதியாக, சந்தோஷமாக, தன் போக்கில் அந்தப் பதினெட்டு நாட்களும் முகப்புத்தகத்தில் எழுதினேன். எழுதியவற்றில் தரமாக அமைந்த சரியான கவிதைகளுக்கு மனதார உடனுக்குடன் உற்சாக வார்த்தைகள் சொன்ன முகப்பரிச்சயமற்ற அந்த நூற்றுக்கணக்கான முக நூலோர்க்கும், இதை முறையாகத் தொகுத்து, பதிப்புச் செய்வதற்கு ஏற்ப கணினியில் ஒழுங்கு

செய்து தந்த சக்திஜோதிக்கும், இந்தக் கவிதைகளில் சில இருபதுக்களைத் தேர்ந்தெடுத்து, ‘தேக்கும் பூக்கும்’ என்ற தலைப்பில் கோர்த்து, திருநெல்வேலி இலக்கிய நிகழ்வு ஒன்றில் என்னை வாசிக்கவைத்த ‘மேலும்’ அமைப்பின் சிவசு ஸாருக்கும், விற்பனை உத்தரவாதமற்ற என்னுடைய மற்றொரு தொகுப்பை வெளியிட முன்வரும் சந்தியா பதிப்பகத்திற்கும் என் நன்றி உரித்தாகிறது.

இங்கு தொகுக்கப்பட்டிருக்கும் மொத்தக் கவிதைகளையும் நேற்றிரவு ஒரே இருப்பில் வாசித்தேன். இவற்றை எழுதிய தற்கான ஒருவித நிறைவை அவை தந்தன. இந்த நிறைவை நான் அடைவதற்கும், இந்தக் கவிதைகளை எழுதுவதற்கும் ஆதாரமான தூண்டுதலாக, தன் தனித்துவம் மிக்க ஆதி வீரியத்துடன் கவிதைகள் எழுதி, முன்னிலும் சுடர்கிறவனாக இருக்கும் கலாப்ரியாவுக்கு இந்தத் தொகுப்பை, பெரும் மரியாதையுடனும் மிகுந்த ஆனந்தத்துடனும் சமர்ப்பணம் செய்கிறேன்.

கல்யாணி.சி
16-07-2013.

19.சிதம்பரம் நகர்,
பெருமாள்புரம்
திருநெல்வேலி - 627007.

1

தேக்கும்
பூக்கும்.

◆

2

இத்தனை வருடங்களாக
'சுட்டு விரல்' என்று நான்
சொல்லிவந்ததை,
'துப்பாக்கி விரல்' என்கிறது
கண் சுருக்கிக் குறிபார்க்கும்
இந்தச் சாய்கழுத்துக் குழந்தை.
பயமாக இருக்கிறது எனக்கு
காலத்தின் விஸ்வரூபம்
கண்டு.

◆

3

இனி வரும் வெயிலில்
வட்டமிட்டுத் துளிர்விடவிருக்கும்
என்னுடைய நாளை,
ஒரு வாதாம் மரமாக
வடிவமைத்துத் தந்திருக்கிறது
இந்தக் குளிர் காலை,
ஒரே ஒரு செவ்விலை
உதிர்த்து.

◆

4

புதன்கிழமையைப்
பூனைகள் கொண்டாடுகின்றன.
அவற்றின் நாட்காட்டியில்
அச்சடிக்கப் பட்டிருக்கிறது
மீன் கிழமை என.

◆

5

உப்பு விற்றுக்கொண்டு போகிறார்
கடலாகிக்கொண்டு இருக்கிறது தெரு.
பால்யக் கிளிஞ்சல்களை
மீண்டும் நினைவின் கரைகளில்
பொறுக்குகிறாள்
கண்களில் அலையடிக்கும்
தளர்வாடைப் பெண்.

◆

6

வெகு பின்னிரவு வரை
வாசித்து முடித்த கண்ணோடு
விளக்கணைக்க
விரல் அமுக்கிய கடைசி நேரம்
உடல் நுழைத்து
ஜன்னல் கம்பிகள் வழி
உட்குதித்தது கருப்புவெள்ளைப் பூனை.
வாசிக்கவேண்டிய ஒரு
புதிய புத்தகமாக இருளில்
புரளத் துவங்கியது
பூனை எழுதிய அறை.

◆

7

அதிகாலைத் தேநீர்க் கடையில்
இடக் கை நீட்டி
யாசித்து நிற்கிற தாடிக்காரர்
சற்று மனநிலை பிறழ்ந்தவர்
தெரியும்.
வலக்கை விரல்களில் அவர்
ஏந்தியிருப்பது
வக்கீல் ஐயா வீட்டு
வளர்ப்புப் புறா ஒன்று உதிர்த்த
புத்தம் புது இறகு
தெரியும் அதுவும்.
தெரியாதது
நீங்களோ நானோ
குனிந்து பொறுக்காத ஒன்றை
அவருக்கு எடுத்துக் கொள்ளத் தோன்றிய
அற்புதம் குறித்து.

◆

8

உங்களுக்கு அருந்தக்கொடுத்த
பீங்கான் கோப்பைதான் இது.
தேனீரை ஒரு சிறு மிடறு
மிச்சம் வைத்துவிட்டீர்கள்.
உங்கள் நினைவின் ஆடை படர்ந்திருந்ததால்
நேற்றிரவே அதைக் கழுவ இயலவில்லை.
எழுந்ததும் இன்று முதலில் பார்த்த அதில்
அசையா நெடு மீசையுடன்
மிதந்தது ஒரு பழுப்பு நிறத் துள்ளுப் பாச்சை.
ஒரு மரணவீட்டின் கட்டிலைக்
கழுவி விடுவது போல
பெரும் துக்கத்துடன் திறக்கிறேன்
அங்கணக்குழி தண்ணீர்க் குழாயை
அதன் மேல்.

◆

9

எளிதல்ல
வௌவால் கடித்த ஒரு
வாதாம் பழத்தை வரைவது.
எளிதல்ல
சுவரில் மோதிச்
சுருண்டு கிடக்கும்
வௌவாலின் களங்கமற்ற கண்களை
வர்ணிப்பது.
எளிதல்ல
கடிக்கப்பட்ட ஒரு வாதாம் பழத்துக்கும்
சிறகொடுங்கிய ஒரு வௌவாலிற்கும்
இடையில் நிற்கும்
ஒரு சிறுமியின் கேள்விகளுக்கு
புரியும்படியாக சில
பொய்யான பதில்களைச் சொல்வது.

◆

10

இந்த மூன்றாவது மின் ரயிலில் நீ
கையசைத்துக் கொண்டு இறங்குகிறாய்.
இதற்கு முந்திய, அதற்கும் முந்திய
இரண்டு ரயிலகளில் இருந்து
இறங்கிவருவது போன்ற
என்னுடைய காத்திருப்பின் சித்திரங்களில்
இதை விட அழகாக இருந்தாய் நீ.

◆

11

நம்ப வேண்டும்.
அறுபது வருடங்களுக்கு முன்
ஐந்து ஆறாம் வயதில் சேகரித்த
தேய்ந்த மாட்டு லாடத்தின் ஞாபகம்
இவனுக்கு இந்த
இளவேனில் முன்னிரவில்.
வழவழத்த தேய்மானமும்
நுனி வளைவும்
கொல் இரும்பின் கனத்த குளிர்ச்சியும்
இவனுடைய கருக்கல் தொடு உணர்வில்.
ஒரு லாடத்தைத் தேடுகிறவன்
நான்கு பிளவுபட்ட குளம்புகளை,
ஒரு கப்பிக் கல் சாலையை,
சில மருத மரங்களை, ஆலம் பழங்களை,
சகல துக்கங்களையும் மீறி
வாழ்வின் மீது
சாட்டை சொடுக்கும் ஒரு மீசைக்காரனையும்
சேர்த்தே தேடுகிறான்.
ஒரு லாடம் என்பது
எவர்க்கு எனினும்
ஒரு லாடம் மட்டுமே அல்லவே.

◆

12

சீலைக்காரி அம்மனின்
காலகாலக் களிம்பு ஏறிய
வெண்கலமணி விளிம்பில்
அசையாது அமர்ந்திருந்தது தட்டான்.
யாருமற்ற வெளியெங்கும்
அதிர்ந்துகொண்டிருந்தது
அரசிலைகளின் ஆதிக் குலவை.
காதுயர்த்தித் திரும்பிப் பார்த்துவிட்டு
தன் வழி நடக்கிறது ஒரு
காமதேனு.

◆

13

எல்லோர் பெயரையும்
சுருக்கிச் சுருக்கிக் கூப்பிடும்
கார்சேரி அத்தை என்னை
'கல்' என்று சொல்வாள் எனக்
காத்திருந்தேன்.
ஒன்றுமே சொல்லாது அவள்
ஊர் நீங்கிப் போகிறாள்
கருப்பந்துறை மயானத்துக்கு
என் பெயரின் பாரம் சுமந்த
இறுதிச் சிரிப்புடன்.

◆

14

உங்களுக்கு எப்படியோ தெரியாது.
தூக்கில் தொங்கிய எவரையும்
இதுவரை பார்த்ததில்லை நான்.
தூக்கில் தொங்கிய ஒருவனைப் பற்றிய கவிதையை
தூக்கில் தொங்கிய ஒருவனைப் பார்க்காமலேயே
உங்களில் எவரும் உணரமுடியாத வகையில்
எழுதிவிட முடியக்கூடும் என்னால்.
நம்பமுடியவில்லை
மின்விசிறிகளில் தூக்கிட்டுக் கொண்டதாகவே
ஊடகங்கள் காட்டுவதை.
சரோஜினி பூங்கா வேப்பமரத்தில்
ஒருவன் தொங்க முடிவதும்
கோவில் விடுதிக் குளியலறைக் குழாயை
அரசு அதிகாரி ஒருவர் தேர்ந்தெடுப்பதும்
சினேகிதன் ஒருவனுக்குப் பரிச்சயமான ஒருத்தி
சுற்றுலா மாளிகை மாகாணிக் கொக்கியில்
நாற்காலி உதைத்ததும் இருக்கட்டும்.
முற்றிலும் நம்பகமான விதத்தில்
மிகுந்த கருணையுடன்
தூக்கில் தொங்கிய ஒருவனைப் பற்றிய
இந்தக் கவிதையை
தூக்கில் இடுகிறேன்
இந்தக் கவிதையிலேயே.

◆

15

தயவுசெய்து
இந்த மரத்தின் இலைகளை
என்னை எண்ணச் சொல்லாதீர்கள்.
உதிர்த்தும் துளிர்த்தும் சதா அது
புதுப்பித்துக் கொண்டு இருக்கிறது.
பறவைகள் புசிப்பதற்குரிய
சிறு கனிகளை மட்டுமே உடைய
இதன் கீழ் வந்து
என்னுடன் சிறிது நில்லுங்கள்.
அல்லது
சற்று முன்புதான் புற்றுக்குள் நுழைந்த
பாம்பின் தடம் கிடக்கும்
தூரத்துப் பாறையில் அமர்ந்து
அசையும் இந்த மரத்தின் கீழ்
புல்போல நிற்கும் என்னை
சற்று நேரம்
பார்த்துக்கொண்டு இருங்கள்.
அந்தச் சற்று நேரம் முக்கியமானது
என்னை விட
உங்களுக்கு.

◆

16

நல் மேய்ப்பர் ஆலய மணிக்கூண்டில்
இறந்துகிடந்தது
உணவு தானியக் கிட்டங்கிப் புறா.
கிட்டங்கி விரியன் பாம்பு கடித்து
இறந்துகிடந்தார்
கல்வெட்டாங் குழித் தண்ணீரில்
'கால் கழுவ' வந்த ஆட்டோ ஓட்டுநர்.
அழுது கதறிக்கொண்டு வந்த
ஆட்டோ ஓட்டுநர் மனைவியின்
இடுப்புக் குழந்தையின் கையில்
இப்போதுதான் பூத்தது என இருந்தது
ஒரு அல்லிப் பூ
எல்லா இதழ்களும் விரித்து.

◆

17

தெருவோரம் உதிர்ந்த
ஒற்றைத்
தேக்கு இலையில்
அடர் மழையின்
துளி விழுந்து துளிவிழுந்து
துடிக்கிறது
பெரும் வதையில்.

◆

18

இன்றுவரைக்கும்
எந்த இந்து டீச்சரும்
எனக்கு வகுப்பு எடுக்கவில்லை.
இந்து டீச்சரிடம் படிக்காமலே
எனக்கு ஒரு இந்து டீச்சரைத்
தெரிந்திருந்தது.
இந்து டீச்சர் வீட்டில்
ஒரு பூனைக்குட்டி உண்டு.
ஹார்லிக்ஸ் பாட்டிலில் இரண்டு
வாய்க்கால் மீன்கள் கூட.
எனக்குத் தெரியாத
இந்து டீச்சர் வீட்டைத் தேடி
இத்தனை வருடங்களுக்குப் பின் போனேன்.
உடைந்த ஹார்லிக்ஸ் பாட்டிலிலிருந்து பெருகி
அலையடித்துக் கொண்டிருந்தது நீலக்கடல்
வாய் பிளக்கும் வழவழத்த சுறாவுடன்.
தாவி வெளியேறும் பெரும் புலி ஒன்று
கவ்வியிருந்தது தன்னுடைய வாயில்
இந்து டீச்சரை.
கரையான் அரித்த என் வியாச நோட்டில்
'மிக நன்று' இட்டிருந்தார்
என் இந்து டீச்சர்.

◆

19

ஆளற்ற இந்தச் சிறிய
ரயில் நிலையத்தில் நிற்கிறேன்.
வெறுமனே தண்டவாளங்களுக்கு நடுவில்
நீலப் பூ பார்த்து.
மறுகோடி நடைமேடை விளிம்பிலிருந்து
தொலைதூரம் ஓடிவந்து வாலாட்டி
கால்சட்டை முகர்ந்து
கிராதிகளின் இடைவெளியில்
குரைத்தபடி வெளியேறும் போது
பார்த்தேன்
குளிக்கும் ஒரு நரிக்குறத்தியை,
மல்லாந்த காக்கையைக் கொத்தும்
மற்றொரு காக்கையை,
இதோ என் முன் உதிரும்
ஒரு வேப்பம் பழத்தை,
தவிர,
என்ன கவிதை இருக்கிறது இதில்
என்று கேட்கும் யாரோ ஒருவரையும்.

◆

20

ஆவாரம் பூ பூத்துக்கிடக்கும்
அத்துவானப் புறவெளியில்
உறுமி உறுமித் திரிகிறது
பசித்த ஒரு அகழ்வு இயந்திரம்.
கொட்டிவிட்டு நகரும் செம்மண் குவியலில்
யாருடைய கையோ காலாகவோ
இருந்த எலும்புத் துண்டு.
ஒரு கமலைக் கிணற்றுக்கும்
பூவரச மரத்துக்கும் அருகில்
அய்யலு அம்மாவைப் புதைத்தபோது
அவனுடன் நானும் இருந்தேன்,
மக்காச் சோளக் காட்டின் குறுக்கே
கிளிக்கூட்டம் பறப்பதையும் பார்த்து.
பதற்றமாக இருக்கிறது
எங்கோ புதைத்த அய்யலு அம்மா எலும்பு
இங்கே எப்படி வந்தது என்று.
தலைக்கு மேலே
மேகம் நகர்வதாய்
தரைக்குக் கீழே
நிலமும் பெயருமோ?

◆

21

எங்கள் முற்றத்தில் இருக்கிறது
ஒரு உலர்ந்த கல் தொட்டி.
தெரியும்,
உங்கள் வீட்டில் ஒரு
வற்றாச் சுனையுண்டு.
யார் அதிகம் வெயிலறிந்த முதியவரோ
அவர்களின்,
எது சற்று முன் நடைவண்டி ஓட்டியதோ
அதனுடைய,
உள்ளங்கைகள் நிரம்பி வழிய
தண்ணீர் வார்த்தால் போதும்.
வெகு நேரமாயச்
சிறு பறவைகள்
தீனமாகச் சத்தமிட்டுப்
பறந்துகொண்டே இருக்கின்றன
தாகத்தில்.
தாங்க முடியவில்லை.

◆

22

பயணிகளின் கனிவான கவனத்திற்கு
பக்கத்துத் தண்டவாளத்தில்
சென்றுகொண்டிருக்கும் ரயில்
நின்றுகொண்டிருப்பதாக,
நின்றுகொண்டிருக்கிற ரயில்
சென்றுகொண்டிருப்பதாக
இன்றும் தோன்றுகிறவரை,
உங்களுக்கு ஒரு ருசிகரமான பயணம்
உத்தரவாதம் செய்யப்பட்டிருக்கிறது
எல்லாத் தண்டவாளங்களிலும்.

◆

23

தரையில் விழுதுகள் தொடுவது போல
அகால முதுமை அவருக்கு.
'எப்படி இருக்கிறீர்கள்?'
என்று கேட்டேன்.
'இருக்கிறேன்' என்று சொன்னார்.
'போகிறேன்' என்று சொல்லவில்லை.
இருத்தல் குறித்து
ஏதோ சற்று
புரிந்தது போல
இருந்தது எனக்கு.

◆

24

நீண்ட காலமாக ஆசை
இரண்டு கைகளிலும் தர்பூசணிக் கீற்று
ஏந்திக் கடிக்கிற
ஒரு பதின்வயதுக் கருப்புப் பெண்ணை
வரைந்துவிட.
அதற்குள்
அந்தப் பதின்வயதுப் பெண்ணை
ஒருமுறை பார்த்துவிட வேண்டும்.
அப்புறம் விதைகள் பிதுங்கும்
தர்பூசணிக் கீற்றின் சிவந்த ருசியையும்.
உண்மையின் தைலம் இன்றி எப்படி
ஒவ்வொன்றாக நிறங்களைக் கலப்பது?

◆

25

பார்வையற்றோர் பள்ளியில் இருந்து
வந்திருந்தனர் அவர்கள் இருவரும்.
எல்லாத் திசைகளும் பார்க்கும் முகத்துடன்
எவரையும் தொட்டுச் செல்லும் சிரிப்புடன்
அரிசிச் சாக்குகள் இருக்கும் பக்கம்
அவரவர் கைகளால் துளாவிப் போயினர்.
பெயரும் கேட்டு விலையும் கேட்டு
அவர்களுக்குள்ளே பேசிக் கொண்டனர்.
வெளிப்பக்கமாச் சுருட்டி இருக்கும்
ஒவ்வொரு சாக்கின் விளிம்பை வருடினர்.
எதுவும் பேசாமல் மாறி மாறி
குத்துக் குத்தாக அரிசியை எடுத்து
உள்ளங்கையிலிருந்து உதிரவிட்டனர்.
மறுபடி எடுத்தனர், முகர்ந்து பார்த்தனர்,
மறுபடி உதிர்த்தனர், சிரித்தனர் மறுபடி.
எதுவும் வாங்காமல் எதுவும் சொல்லாமல்
வந்தது போலவே இருவரும் போயினர்.
அவர்களது ஊரின் அறுவடை வயலதன்
வாசனை ஞாபகம்
வந்திருக்குமோ என்னவோ?

◆

26

நேற்று நிச்சயம் அழைப்பு வருமென்று
நினைத்தேன்.
வரவில்லை.
நேற்று நிச்சயம் அழைப்பேன் என
நினைத்திருக்கலாம்.
செய்யவில்லை.
நேற்றை விட அடர்கருப்பு நிறம்
நிச்சயமாக அதிகமாகிவிட்டது
தொலைபேசிக்கு
இன்றைக்கு.

◆

27

நன்றாகத் தெரிகிறது,
அது கமலாரஞ்சுத் தோல்தான்.
நகக் கண்களால் உரித்து
சுளையெடுத்தபோது
அது ஒரு கேசரி நிறப் பூவாக
மலர்ந்துவிட்டது போலும்.
ஆரஞ்சுப் பழத்தை விட
ஆரஞ்சுத் தோல் அழகு என்று சொல்வது
சூரியனை விட
வெயில் அழகு எனச்
சொல்வதைப் போலவே.
அவரவர் உரித்த சூரியன் வாசம்
அவரவர் பெருவிரலில் அடிக்கும்
நம்புங்கள்.

◆

28

இந்த நாளின் பெரும் பேறு
நான் பார்க்கும் முதல் காட்சியாக
முருங்கைப் பூ கொறித்து
தலைகீழாக இறங்கிக் கொண்டிருந்த அணீல்
இந்த நாளின் பெரும் துயரம்
கடைசியாக நான்
கழிப்பறையைச் சாத்துகையில்
கதவின் பின் புறம்
மயிர்க் குஞ்சமாகக் கிடந்த அணில் வால்
ஒரு நல்ல தினத்தைக்
கவ்விக் கொண்டு போகும்
வெருகுப் பூனையின்
வேட்டைப் பிற்பகல்களில்
பூனைகள் பற்றிய
அல்லது வேட்டைக்காரர்கள் குறித்த
புத்தகங்களை வாசித்தபடி நாம் இருந்து விட்டு
மறு நாள் இப்படியொரு
கவிதை எழுதுகிறோம்.

◆

29

'இதை எடுங்கள் நன்றாக இருக்கும்'
மாதுளம் பழங்களைத் தேர்ந்தெடுக்க
உதவியவர் கையில் கொய்யாப் பழங்கள்,
குடை பிடித்தபடி ஒரு சிறுமியும் அருகில்.
பேருந்து நெரிசலில் சங்கிலி திருடி
பிடிபட்டவர் இவர் என ஞாபகம் வந்தது.
என் கையில் இருந்து உருண்ட பழத்தை
எடுத்துக் கொடுத்துச் சிரித்த மகளை
தட்டிக் கொடுத்தது அவரது இடக்கை.
அக் கணம் ஒன்று போதும்
அவர் கொய்யாப் பழம் வாங்குகிறவர்,
நான் மாதுளை வாங்குகிறவன்,
அவ்வளவுதான் என
முற்றிலும் உணர.

◆

30

அவர் வேலை பார்த்த
பள்ளிக்கூடம் வழியாகத்தான்
அருணாசலம் வாத்தியாரைத்
தூக்கிக்கொண்டு போனார்கள்.
காரை பெயர்ந்த
கரும்பலகைக்கு உள்ளிருந்து
எட்டிப் பார்த்தன
அகர முதல் எழுத்தெல்லாம்.
'ஒன்பதுக்கு ஒன்பது எண்பத்தொன்று'
ஒப்பிக்கிற வாய்ப்பாட்டில்
தப்பிருக்கிறதா எனக் கவனிக்க
தலை சற்று அசைந்து
சாய்ந்தது போல் இருந்தது.
'உருவாய் அருவாய்...' கந்தர் அநுபூதியை
உதடசைத்து அவர் பாடுவதற்குள்
திருப்பணி முக்கு திரும்பிவிட்டிருந்தது
தெருவெல்லாம் பூ உதிர்த்த
அவருடைய தேர்.

◆

31

இப்போதெல்லாம் அனேகமாக
எல்லோருடைய கண்களையும்
பார்த்தே பேசுகிறேன்.
ஒரு நெல்லிக்காயுடன் கூட
நெடுநேரம் பார்வையால்
உரையாடுகிறேன்.
சின்ன ஒரு துயரமான இழப்பு,
கடித்துச் சாப்பிட முடிகிறதே தவிர
ருசித்துச் சாப்பிட முடிவதில்லை
அப்புறம்.

◆

32

ஒரு தேநீர்க் கடைக்காரரிடம்
ஒரு ஆட்டோ ஓட்டுநரிடம்
ஒரு உயர் அடுக்ககக் காவலாளியிடம்
ஒரு மருத்துவ மனை வரவேற்பாளி
மற்றும் ரத்த வங்கித் தாதியிடம்,
ஒரு பாதையோர உணவகக்காரரிடம்
உரிமம் இருக்கிறதா என நிறுத்தி
கையூட்டுப் பெற்று அனுப்பும்
ஒரு போ. வ. காவலரிடம்
ஒரு பழைய புத்தகம் விற்பவருடன்
ஒரு மதுச்சாலை ஊழியருடன்
ஒரு கூரியர் வந்திருக்கிறது சார்
என்று தகவல் தரும் மேன்ஷன்பையனுடன்
இப்படி எல்லோருடனும் பேசிவிட்டுத்தான்
இந்தப் புழுங்கும் அறையில் நுழைகிறேன்
பதினோரு மணி இரவுக்கு மேல்
வீட்டில் இருந்து வரக்கூடும்
எதுவுமே பேசமுடியாத
கைபேசி அழைப்புக்கு
இப்போதே கனக்கத் துவங்கும்
மௌனத்துடன்.

◆

33

ஆச்சி தாத்தா புகைப்படம் தொங்குவது
நடு வீட்டுப் பட்டாசல் மேலச் சுவரில்.
கருப்பு வெள்ளையில் இருவரும்
அனைவரையும் அனைத்தையும்
கண்காணித்துக்கொண்டே
காவல் இருப்பார்கள்.
தொட்டில்கட்டும் தவளைக்கொத்தில்
கூடுகட்டும் அடைக்கலாங்குருவி,
செவ்வாய்க் கிழமை சாவிகொடுக்கும்
ரோமன் இலக்க ஊசல் கடிகாரம்,
கன்றுக்குட்டியை விலக்கிவிட்டு
மடுவில் அருந்தும் குட்டி கிருஷ்ணன்,
மர பீரோ தலையில் இருந்து இறங்கி
விளக்குத் திரியை இழுக்கும் சுண்டெலி
எல்லாவற்றுக்கும் அவர்களே காப்பு.
வெள்ளையடிப்பு நாட்களில் ஒன்றில்
வழக்கம் போலப் படத்தைக் கழற்றி
கல்திண்ணையில் வெளியே வைத்தோம்.
புகைபழுப்படித்த காரைச் சுவரில்
போட்டோச் செவ்வகம் தனியாய்த் தெரிய,
ஆச்சி தாத்தா இருவரும் திண்ணையில்
அமர்ந்திருப்பதை எட்டிப் பார்த்தோம்.
சட்டம் மட்டும் இருக்க, அவர்கள்
சத்தம் இன்றி அகன்றிருந்தார்கள்.
ஆளே இல்லாத மாடியில் ஊஞ்சல்
அசைகிற 'கீச்சம்' கேட்டது தெளிவாய்.
ஆச்சி சிரிப்பு அதிரச் சிரிக்கும்
தாத்தா சிரிப்புடன் காற்றில் மிதந்தது.
இருவரும் மச்சுக்கு ஏறியது கொண்டது
எல்லாம் சரிதான், இருட்டுவதற்குள்
பத்திரமாக ஒவ்வொரு படியாய்
பார்த்து இறங்கி வரவேண்டுமே என்று
கண்ணாடிச் சட்டம் கவலைப் பட்டது.
கல் திண்ணை மெல்லச் சிரித்துக் கொண்டது.

◆

34

மகப்பேறு மருத்துவ மனைக்கு மட்டும்
இப்படி ஒரு வாசனை.
தாத்தா ஆகிவிட்ட
சண்முகம் கொடுத்த சாக்லேட்டை
சுற்றுத்தாள் பிரித்து ஒதுக்கிய நேரம்
சிரித்தபடி வெள்ளுடைத் தாதி
அவனுடைய கைக்கு மாற்றிய
ஆதிப் புத்துயிர்.
கன்றிச் சிவந்த உள்ளங்கைகள்,
மூடிய கண்கள், திரும்பிய முகத்துடன்
நிறுத்தா அழுகை.
அழுகையும் அந்த அழுகிற முகமும்
ஏனோ எனக்குப் பிடித்திருந்தது.
கண்களைச் சற்று மூடிக் கொண்டேன்.
எங்கெங்கிருந்தோ பிரசவ வலியுடன்
எந்தத் தாயோ கதறும் ஒலித்திரள்,
தாமரைக் குளம் ஒன்று பூத்துப் பூத்துத்
ததும்புவது போலவும் இன்னொரு காட்சி.
விழித்துப் பார்த்தால்
குனிந்து குழந்தையின்
உச்சிச் சிகையை முகரும் சண்முகம்.
ஒரு ஒலி மூலம் இன்னொரு ஒலியை
ஒரு வலி மூலம் இன்னொரு வலியை
உணர முடிவதும்
இன்னொரு பேறுதான்.

◆

35

எத்தனையோ வருடங்களுக்கு முன்
குட்டக்கரை கீரைப் பாத்தியில்
பார்த்த புழுப்பொல இருந்தது
இன்றைக்கு வாங்கிய
அரைக்கீரைக்குள்ளிருந்து வந்த ஒன்று.
எத்தனையோ வருடங்களுக்கு முன்
என்னைப் பார்த்திருப்பது போல
அதற்கும் தோன்றியிருக்கும் போல
இடது கைச் சுட்டுவிரல் நுனியில் ஏறிய
பச்சை நகர்வில் ஒரு சினேகிதம் தெரிந்தது.
என்னைக் குறித்து அதற்கோ
எனக்கு அந்தப் புழுவைக் குறித்தோ
புகார்கள் எதுவும் இல்லை என்பதால்
இரண்டு பேரும் பின்னகரத் துவங்கினோம்
எத்தனையோ வருடங்களுக்கு முந்திய
கீரைப் பாத்திக்கு.

◆

36

அந்தப் பெண்
எனக்கு முன்பு நடந்துகொண்டிருந்தார்.
மூன்று விளக்குக் கம்பங்களின்
தூரம் கடந்தால்
இரண்டு புறங்களில் தெருக்கள் பிரியும்.
எந்த வீட்டின் மருதாணிப் பூவாசமோ
அப்பியிருந்தது சோடியம் ஆவி மஞ்சளில்.
இரண்டாம் விளக்கின் அருகே
இருவரும் ஒன்றாக நடக்கிறபோதும்
பார்த்துக் கொள்ளவில்லை
ஒருவரை ஒருவர்.
இப்போது என் செருப்புத் தேய்வை
தொடர்ந்து வருவது வாடல் பிச்சிப் பூ.
மூன்றாம் விளக்கு எங்களைப் பிரித்து
இடமும் வலமுமாய் அனுப்பிவைத்தது.
எல்லா விளக்கும் இரண்டாம் விளக்காய்
இருந்தால் என்ன,
குறைந்தா போகும்?

◆

37

பின்னிருக்கையில் இருந்து
வாகனத்தில் விரைகையில்
ஆளற்ற தீப்பாச்சி கோவிலில்
அசையாது நின்றது நெடுஞ்சுடர்.
திரும்பிவரும்போது
இறங்கி நின்றால்
தீப்பாச்சி மட்டும்
இருட்டில் சிரிப்புடன்.
சுடரின் தரிசனம் அப்போது.
இவளின் கரிசனம் இப்போது.

◆

38

வெள்ளைக் களிமண் ராதையின்
புடைத்த மார்பில் படிந்திருக்கும்
முந்திய நகரத்தின் புழுதியைத்
துடைத்தபடியே அடுக்கிவைக்கிறாள்
புறவழிச்சாலை நடைபாதையில்.
தலைக்கவசம் விற்கிற வடக்கத்திப் பையன்
அவளுடன் பேச மொழி உதவுகிறது.
பூனைக் கண்ணும் மஞ்சள் பல்லுமாய்
அப்படிச் சிரிக்கிறாள் முக்காட்டுப் பெண்.
தர்பூசணிப் பழங்கள் குவித்துக் கிடக்கும்
மீசைக்காரன் வியர்வையைத் துடைக்கிறான்.
தலைக்கவசப் பையன் வறட்டுச் சப்பாத்தியை
பூவரச இலையில் அவளுக்கு நீட்ட,
கெட்ட வார்த்தையுடன் காறித் துப்பி
யாரும் விலை கேட்காத
தர்பூசணியை வெட்டுகிறான்.
கோபம் சிவப்பெனச் சொல்வது சரிதான்.
கீற்று அத்தனை ரத்தச் சிவப்பு.

◆

39

நீங்கள் அந்த முயலை
வேட்டையாடிவிட்டீர்கள்.
இனிமேல் அதனுடைய காட்டைத் தேடுங்கள்.
நீங்கள் பட்டாம் பூச்சியைப்
பிடித்துவிட்டீர்கள்.
இனிமேல் அது அமர்ந்த மலர்களைப் பாருங்கள்.
நீங்கள் சிகரத்தில் ஏறிவிட்டீர்கள்.
இனிமேல் சமவெளி பற்றி யோசியுங்கள்.
நீங்கள் தீர்ப்புச் சொல்லிவிட்டீர்கள்.
இனிமேல் தண்டிக்கப்பட்டவனின்
குற்றமற்ற கண்களைச் சந்தியுங்கள்.
நீங்கள் பலத்த கரவொலியுடன்
பாடி முடித்துவிட்டீர்கள்.
இனிமேல் உங்களுக்குப் பின்னால் இருக்கும்
அத்தனை வாத்தியக்காரரின்
ஒத்திசைவை நினையுங்கள்.
நீங்கள் இந்தக் கவிதையைப்
படித்துவிட்டீர்கள்.
இனிமேல் இது உங்களை
என்ன செய்யச் சொல்கிறதோ
அதைச் செய்யுங்கள்.
தயவுசெய்து, அதை மட்டும்.

◆

40

சிவப்பு அலகு,
பச்சைச் சிறகு தவிர
வேறு ஒன்றும் தெரியாது நமக்கு.
கிளி மெலிந்துவிட்டது
என்று தெரியும்
கிளிஜோஸ்யக்காரருக்கு
மட்டும்.

◆

41

சீட்டுக்கட்டின் வழவழப்பில்
ஒரு மாயமிருந்தது.
ஐம்பத்திரண்டு என்கிற அதன்
எண்ணிக்கையிலும் ஏதோ ஒன்று.
தலைகீழாகவும் நேராகவும் நிற்கிற
ராஜா ராணிகளின்
இதுவரை பாராத சாயல்கள்
அரசசபைக்கும் அந்தப்புரத்திற்கும்
ரகசியமாக அழைத்தன.
கெட்டபுத்தகங்களை வாசிக்கத் தரும்
பதின்வயது சினேகிதன் போல
ஜாக்கி இருந்தான்.
யாரிடமும் புகையிலை வாங்கிப்போட்டு
எப்போதும் கதை சொல்லும்
கிழவி போல பிரியமானது ஜோக்கர்.
ஆடுகிறவர்கள் நேர்த்தியில்லாமல்
அவரவர் சௌகரியப்படி அமர்ந்து
அவரவர்க்குத் தோன்றுவதைப் பேசுவது
பிடித்திருந்தது நிரம்ப.
ஜெயித்தவர்களை விட, தோற்றவர்கள்
விளையாட்டைத் தொடரும்படி
இருந்த ஒரு வினோத அழைப்பு
சிக்கல் நூல்கண்டு போல் சவாலுடன்
அவிழ்க்கத் தூண்டியது.
பக்கத்திலிருந்த என்னிடம் கஜேந்திர மாமா
'சீட்டைப் பார்த்துக்க மாப்ளே" என்று
சிறு நீர் கழிக்கப் போன சமயம்
சும்மாதான் கையில் எடுத்தேன்.
சூதாடியாவதற்குப் போதுமானதாக
இருந்தது அந்தச்
சும்மா என்கிற சின்னஞ் சிறு நொடி.

◆

42

முகவரிதாரரிடம்
இந்த கனத்த பொதியை
மழையில் நனையாமல்
ஒப்படைத்துவிட வேண்டும்.
பூட்டிய கதவில்
ஒரு சிலந்திமனிதனின் ஒட்டுப்படம்.
மின்தடையில் அழைப்புமணி
ஒத்துழைக்கவில்லை.
அங்கிருந்த
முட்டைத் தோடை விட்டு
நெடுந்தூரம் வந்திராத ஒரு
குட்டிப்பல்லி இடம் மாறியது.
வேறொரு கண்டத்திற்குப் பறப்பது போலத்
தாவியதில் அது எங்கு விழுந்ததோ?
பின்வாங்கியதில் என் மேல் உரசியது
காட்டமான வாசனையுடன் அரளிக்கொத்து.
இதுவரை பார்க்காத
ஒரு துருவேறிய நிறத்தில்
ஏழெட்டுக் காளான்கள் வரிசையாய்.
உபரியாக ஒரு தேரைத் துள்ளலும்
தரைச் சக்கரம் போல் சுருண்ட
வளையல் பூச்சியும்.
'ரொம்ப நேரமாக நிற்கிறீர்களா?'
கதவைத் திறந்த கைவளையல்கள்
கனிவுடன் சரிந்தன மணிக்கட்டின் மெலிவில்.
சொல்லவில்லை நான்,
இத்தனையும் பார்க்க
நின்றால்தான் என்ன
எத்தனை நேரமும் என்று.

◆

43

இது மழைக்காலம் இல்லை.
காவலர் நிலையத்துப் பக்க
வாதமுடக்கிப் பூ வாசனை
இங்குவரை வருகிற அளவுக்கு
இன்று சற்று அதிக வெயில்.
எனினும் இவன் எங்கும்
வெளியேறுவதற்கில்லை.
சமீபத்தில் உபயோகிக்காத ஒரு
பழைய குடையின் மிருதுவான ஞாபகம்
இழுத்துக்கட்டிய துணிக் கருப்புடன்
முத்தக்கா போட்ட பூத்தையல் சகிதமாய்
வருகிறது இவனுக்கு.
வேண்டாத நினைவுகளின்
பரணிலிருந்து உருவித்தான்
வேண்டாத கவிதைகளை
எழுதுகிறான் இவனும்.

◆

44

நான் சமீபத்தில் எழுதிய கவிதையின்
மூன்று இறுதி வரிகளில் கயிற்றை
முடிச்சிட்டுக் கொள்ளுங்கள்.
அதற்கு முந்திய ஆறு வரிகளால்
தூக்குமரத்தைக் கெட்டிப்பது நல்லது.
நடுவில் உள்ள நான்குவரிகளில் தைத்து
கருப்புச் சாயம் முக்கி
முகத்தை மூடுங்கள்.
காலடிப் பலகையாய் உருவும் வகைக்கு
காணுமா மிச்ச வரிகள் என்று
உறுதி செய்துகொண்டு
என்னுடைய வரிகளால்
உங்கள் வசதிப்படி என்னைத்
தூக்கில் இடுங்கள்.

◆

45

ஒன்றுபோலப் பறக்கிறது.
கலைந்து சிதறி
மீண்டும் அடுக்கி
ஒன்றுபோல அமர்ந்துவிடுகிறது
தந்திக் கம்பியில்
எல்லாப் பறவைச் சிறகுகளுக்கும்
யார் கற்றுக் கொடுக்கிறார்கள்
இந்த
ஒன்றுபோலை.

◆

46

முக்கால் வாசிப் பேர்
ஞாபகமாக
மூடியைக் கழற்றிய
பேனாவைக் கொடுத்துதான்
கையெழுத்துக் கேட்கிறார்கள்
கவிதைப் புத்தகத்தில்.
இதற்குக் கூட
நம்பாது போன
இவர்களை நம்பியே
இத்தனை வரிகளும்.

◆

47

இந்த பௌர்ணமி இரவில்
தனியாக
எந்தக் குளத்தின் கரையிலாவது
அமர்ந்து
கல் எறிய வேண்டுமென இருக்கிறது.
எந்தக் குளமும் இல்லை அருகில்.
மனக்குளம் தவிர.
ஏற்கனவே எறிந்த கற்களால்
அலையடித்துக் கொண்டிருக்கும் அது
இந்த நிலவிரவில் சற்று
அடங்கினால் நல்லது.
போக,
கல்லெறிகிற ஆசை
இருக்கும் வரைக்கும்
கலங்கும் தானே எல்லாக் குளமும்.

◆

48

பழைய துணிகள் விற்கிற ஒருவர்
இயந்திரத்தை உருட்டிக் கொண்டே
எங்கள் தெருவில் எதிரே வந்தார்.
பயந்த பறவையின் தொடர்ந்த குரலில்
பழைய துணி தைக்கிறதைச்
சொல்லிக் கொண்டார்.
என்னைத் தாண்டிப் போகிற அவரிடம்
யாதொரு வழக்கும் எனக்கு இல்லை.
தையல் இயந்திரத்தை உருட்டுதல் நிறுத்தி
"உன்னைப் போன்ற அறுதப் பழசை
ஒருபோதும் நான் தைப்பதற்கில்லை"
என்று சொல்லி இயந்திரம் நகர்த்தி
எனக்கும் அப்பால் நடந்து போனார்.
என் போக்கில் தெருவில் போகும் எனக்கு
இப்படியெல்லாம் நடப்பதைப் போல
உங்களில் யார்க்கும்
நடந்தது உண்டா?

◆

49

குழந்தைகள் பூங்கா.
ஊஞ்சலில் இரண்டு
அம்மாக்கள் ஆடுகிறார்கள்.
விலகும் துணி, பறக்கும் கூந்தல்.
எது குறித்தும் கவனம் அழிந்து
ஏகாந்த விடுதலையின்
அரைவட்ட உச்சிக்கு
எவ்வுதல்.
எழுத்து, சொல், பொருளற்ற
ஆனந்தக் கூச்சல்.
சுவரொட்டிகளாக அப்பியிருந்த
அடுக்களை, படுக்கையறை
இன்ன பிற முகங்களைக்
கிழித்துக் காற்றில் விடும்
உரத்த சிரிப்பு.
எல்லையின்மையின் பெருவெடிப்பில்
இடுங்கிய கண்களில்
ஈரக் கசிவு.
குழந்தைகள் பூங்கா
ஊஞ்சலில் இப்போது
குழந்தைகள் ஆடுகிறார்கள்
அம்மாக்கள் அல்ல.

◆

50

ஒரு தெய்வம்
வாகை மரத்தின் கீழ்
பதநீரும் நொங்கும் விற்கிறது.
புனிதமேரி தெருமுலையில் ஒன்றுக்கு
புதன் கிழமையில் மீன் வியாபாரம்.
பொது மருத்துவமனைப் பக்கம் ஒன்று
தோளில் சார்த்திய குளிர்ந்த பிள்ளையுடன்.
முடிதிருத்துகிற ஒரு தெய்வம்
செவ்வாய்க் கிழமை ஓய்வெடுத்துக் கொள்கிறது.
பித்துற்றுப் பேசி ஒன்று
பச்சைப்பழஞ்சேலையுடன் அலைகிறது.
நான்கு கால் தெய்வம் ஒன்று
நடைபாதையில் குட்டியுடன் படுத்தபடி.
தன்னைக் காட்டாது பறக்கும் தெய்வமோ
என் மீது சூடாக எச்சமிடுகிறது.
சிறு தெய்வமோ, பெருந்தெய்வமோ
கோவிலுக்கு வெளியேதான்
கும்பிடுகிறேன் அனைத்தையும்.

◆

51

பொட்டல் புதூர் யானையை ஆசீர்வதிக்கச் சொல்லி
பாகன் சங்கேத மொழியில் ஏதோ சொல்கிறான்.
கறவைப் பசுக்களிடம், பாரவண்டிக் காளையிடம்
பேசுகிறவர்கள், ஏசுகிறவர்கள் எப்போதும் நிறைய.
முயல் குட்டியை, பூனைக்குட்டியை
மடிக்கொஞ்சல் இடுபவர்கள் அனேகமாய் எல்லோரும்.
குளிப்பாட்ட வாய்க்காலில் இறங்க மறுக்கும்
நாய்க்குட்டியுடன் பேசுகிறவர்கள் சிறுபையன்கள்.
ஆட்டுக்குட்டியை எத்தனையோ முறை நான்
அணைத்திருக்கிறேன், பேசியிருக்கவும் கூடும்.
கழுதைகுட்டியை இப்போது காணவில்லை
பாரதிக்கு அப்புறம் கொஞ்சுபவர்கள் இருக்கலாம்.
தனக்குத் தானே பேசுகிறவர் பட்டியலில்
எனக்கும் உங்களுக்கும் தெரிந்தவர் உண்டு.
இங்கே ஒரு பெண் போக்குவரத்திலிருந்து விலகி
நின்று போன இருசக்கரக் குட்டியிடம்
சமாதானம் பேசுகிறாள் நீண்ட நேரமாய்.
உயர்திணை அக்றிணை அனைத்துடன் இனிமேல்
உரையாடத் தெரியாமல்
ஒன்றும்
முடியாது போல.

◆

52

ஒரு மண்ணாங்கட்டி நசுங்குவதை
ஒரு மணல் வீடு சிதைவதை
ஒரு பச்சைச் செங்கல் உடைவதை
ஒரு வேளாரின் சக்கரம் பிசகி
திரண்ட பானை உருகிச் சரிவதை
ஒரு வீட்டின் மண்சுவர் மழையில்
பொதுமித் தரையோடு இரவில் உட்கார்வதை
ஒரு வற்றிய கோடைக் குளத்தின்
மீன் துடிக்கும் சேற்றை
ஒரு மழைத் தண்ணீர் ஓடிய
செங்காட்டு வண்டலை
ஒரு மூத்திரம் போகும் சிறுவன்
உண்டாக்கும் நுரைத்த மணல்குழிவை
எதையும் அறியமாட்டார்கள்
இந்தத் தலைமுறை அடுக்ககக் குழந்தைகள்.
இவர்கள் முன்புதான்
தவிர்க்கமுடியாமல் நிகழவிருக்கிறது
எல்லாச் சரிவும், எல்லா உடைவும்
எல்லாப் புதைவும் எல்லா நசுங்கலும்
எல்லா இன்ன பிறவும்.
என்ன செய்ய?

◆

53

ஆணா பெண்ணா என்ற
அடையாளமற்ற மரப்பாச்சி.
சின்ன வயதில்
அக்கா விளையாடுகையில்
தென்னங்கீற்றில்
தலைப்பாகை கட்டிய
ஒரு ஆணாக இருந்தது.
தம்பி விளையாடும் போது
மஞ்சள் ரிப்பனைப்
புடைவையாகச் சுற்றிய
ஒரு பெண்ணாக இருந்தது.
இப்போது நான்
எடுத்துப் பார்க்கையில்
அம்மையப்பனாய்
ஆதிமூலமாய்.

◆

54

நெல்லிமரக் கிளையில் இடம் மாறும்
முதல் தேன்சிட்டின் சிறகுகளுக்கு
உள்ளிருந்து பரவுகிறது
பகல் வெளிச்சம்.
பாய் போல எச்சம் விரித்துப்
பறவைகள் அடையும் வாகைமரத்தின்
சாமரப் பூக்குஞ்சங்களுக்கு
வெளியிலிருந்து சரிகிறது
இருள் இரவு.
சிறகுகளுக்கும் பூக்குஞ்சங்களுக்கும்
நடுவேதான்
நம்முடைய தினத்தின்
செய்கூலியும் சேதாரமும்.

◆

55

அப்போதுதான் இறங்கினேன்
புகைவண்டியில் இருந்து.
அரசிலைச் சருகுகள்
நடைமேடை எங்கெங்கும்.
முற்றிலும் இலையுதிர்த்த
பெருமரம் முன்னால்.
நூற்றாண்டுச் சிரிப்புடன்
எண்திசைக் கிளைகள்.
அடிவயிற்றிலிருந்து கூவி
ரயில் நகரும் சிறு பொழுது.
மறுபடி பார்க்கையில்
மரமெங்கும் செந்துளிர்கள்.
சருகுக்கும் துளிருக்கும்
ரயில் கூவல்
தூரம்தான்.

◆

56

மொத்தத் தடாகத்துக்கும்
ஒற்றைத் தாமரை.
பார்த்துப் பார்த்து
மலர்ந்துகொண்டிருந்தேன்.
அவள் வந்து பூ விரும்பினாள்.
தவிர்க்க முடியவில்லை
கொய்து கொடுத்தேன்.
இரு கை நிறைத்த தாமரையை
ஏந்தி அவள் முகர்கையில்
அவளிடம் ஒரு தாமரை
தடாகத்தில் ஒரு தாமரை
தவிர
என்னிடமும் ஒன்று மலர்ந்திருந்தது
இப்போது.

◆